MAZE

FOR KIDS

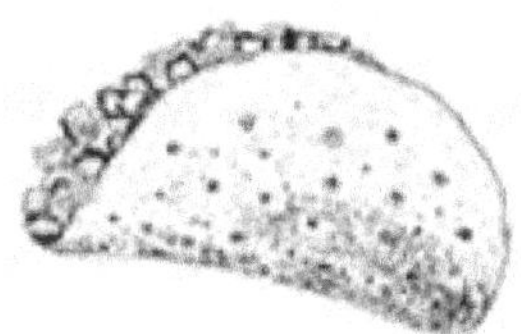

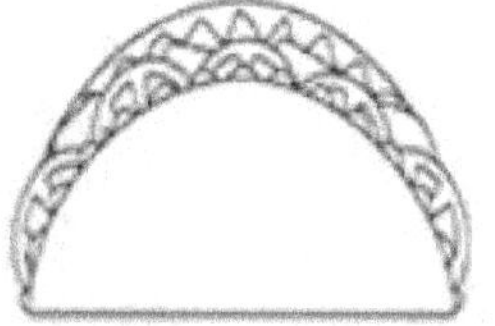
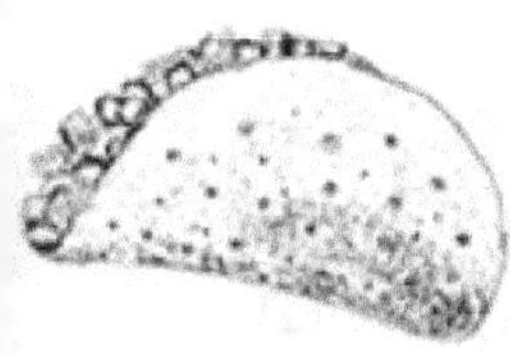

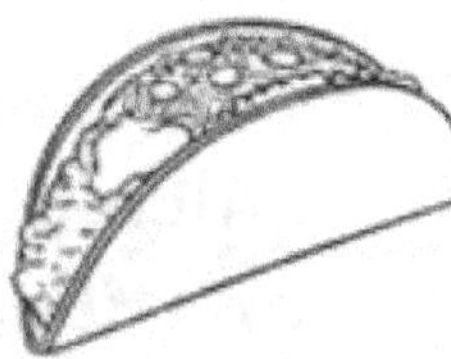

MAZE BOOK

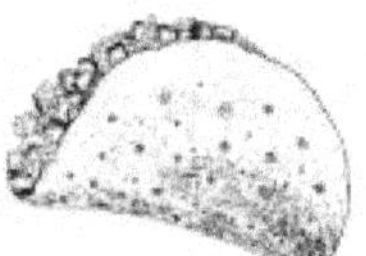

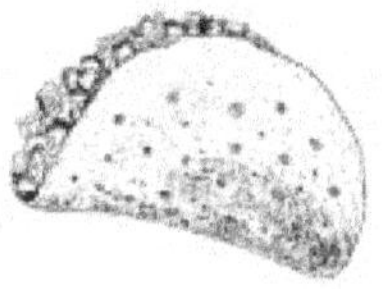

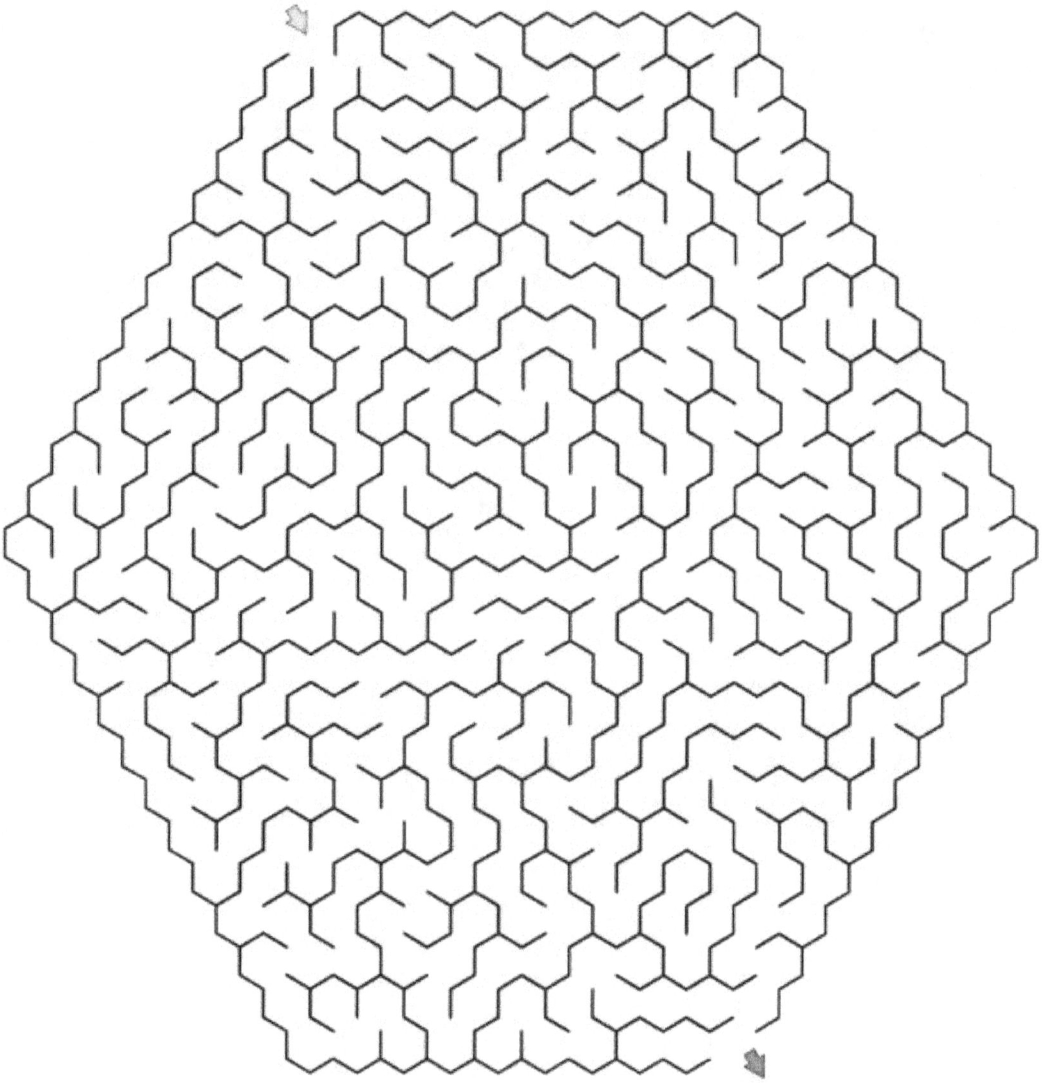

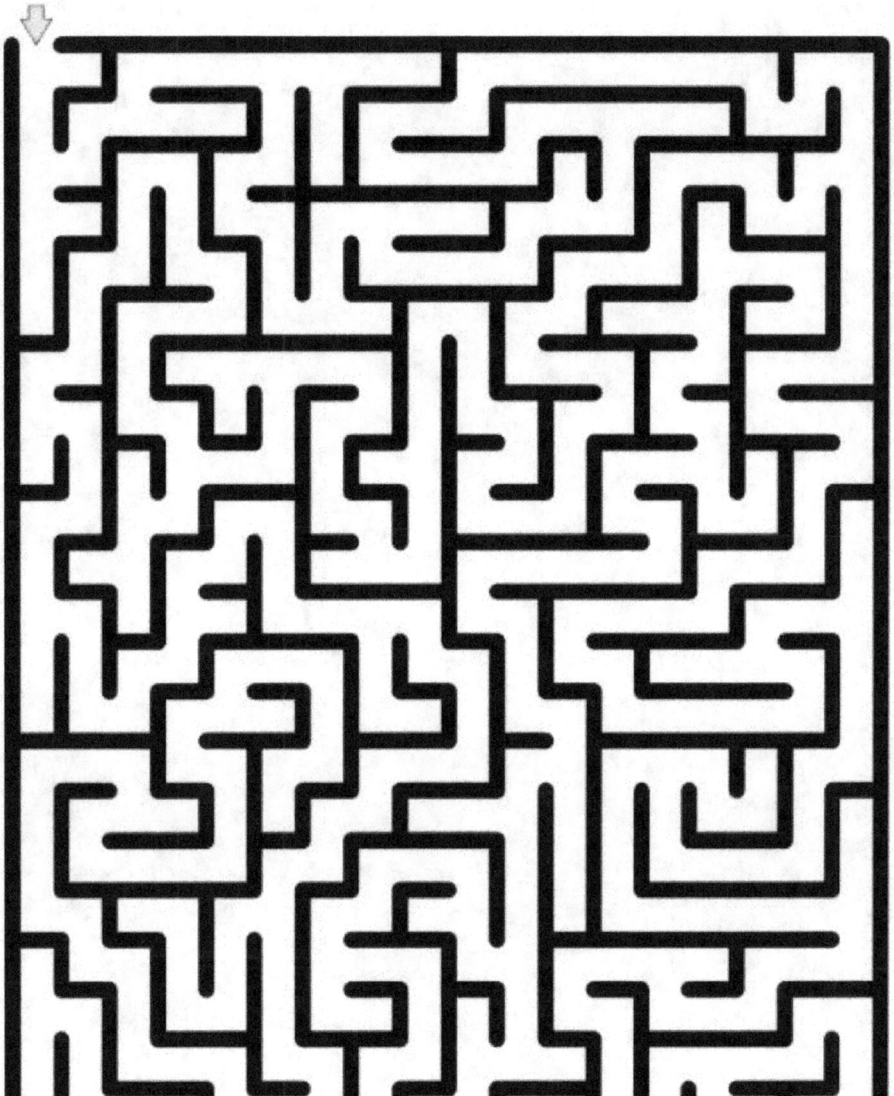

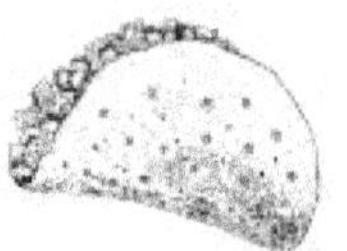

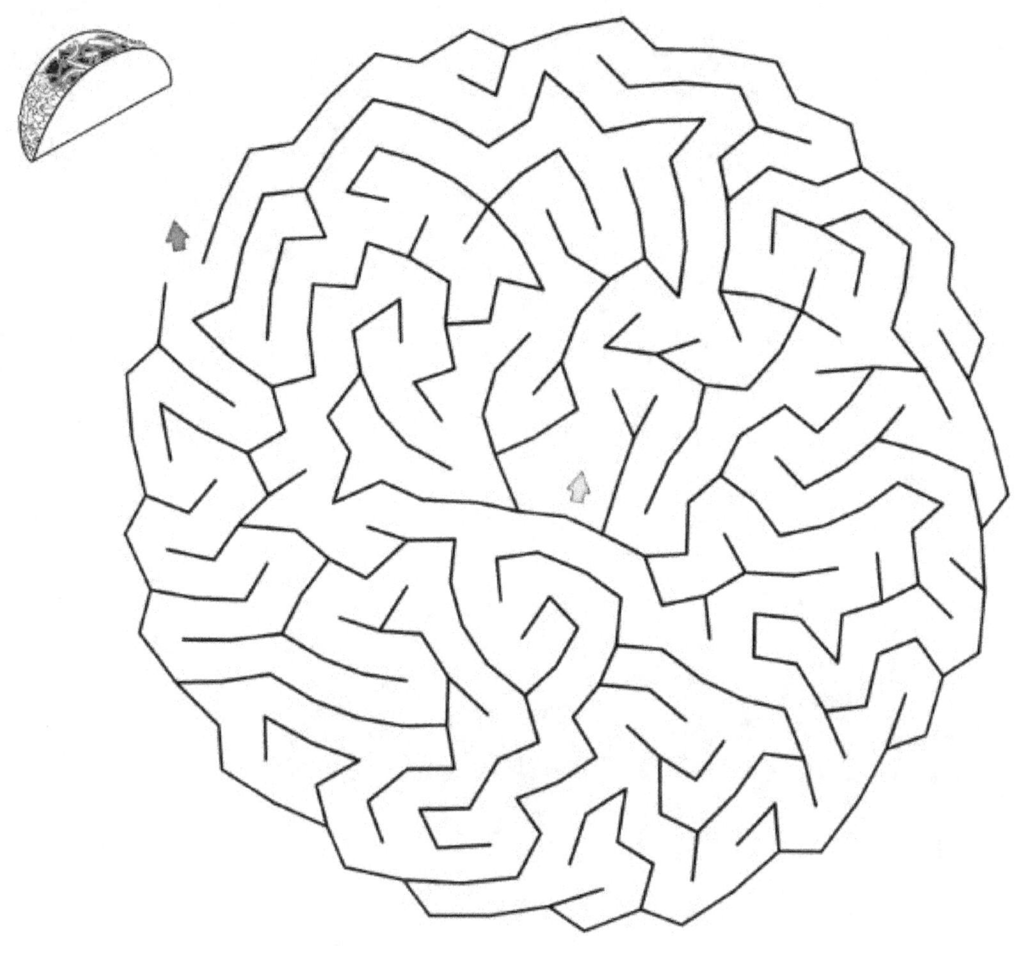

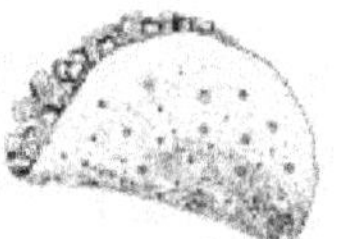

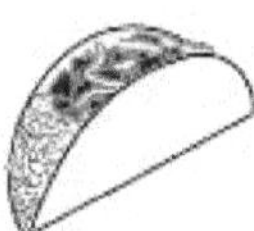

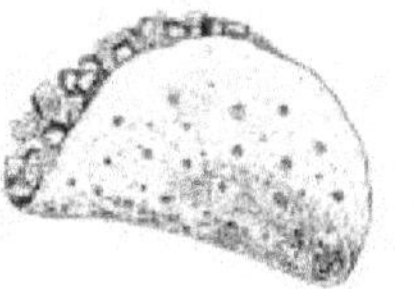

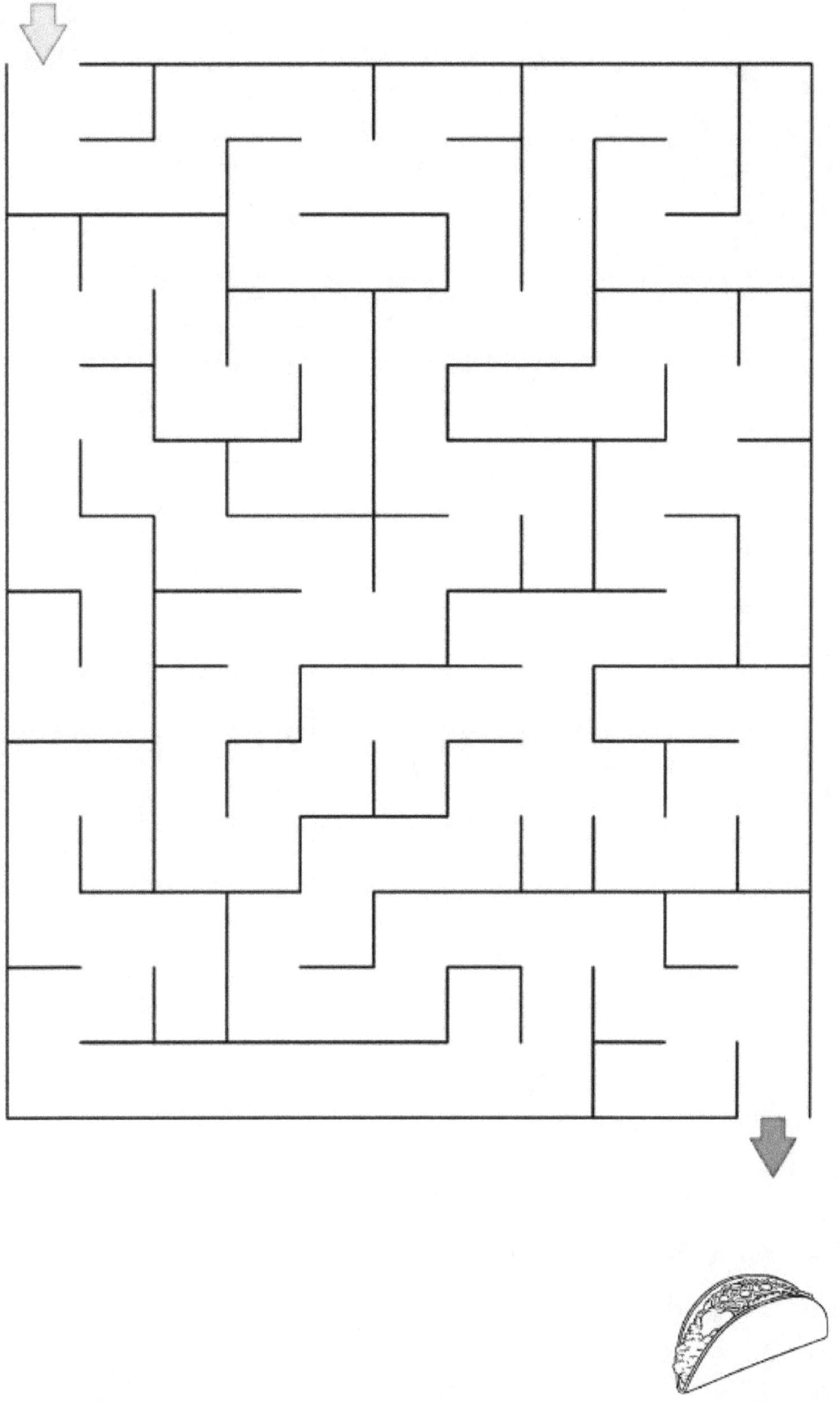

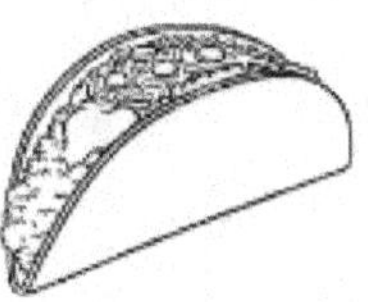

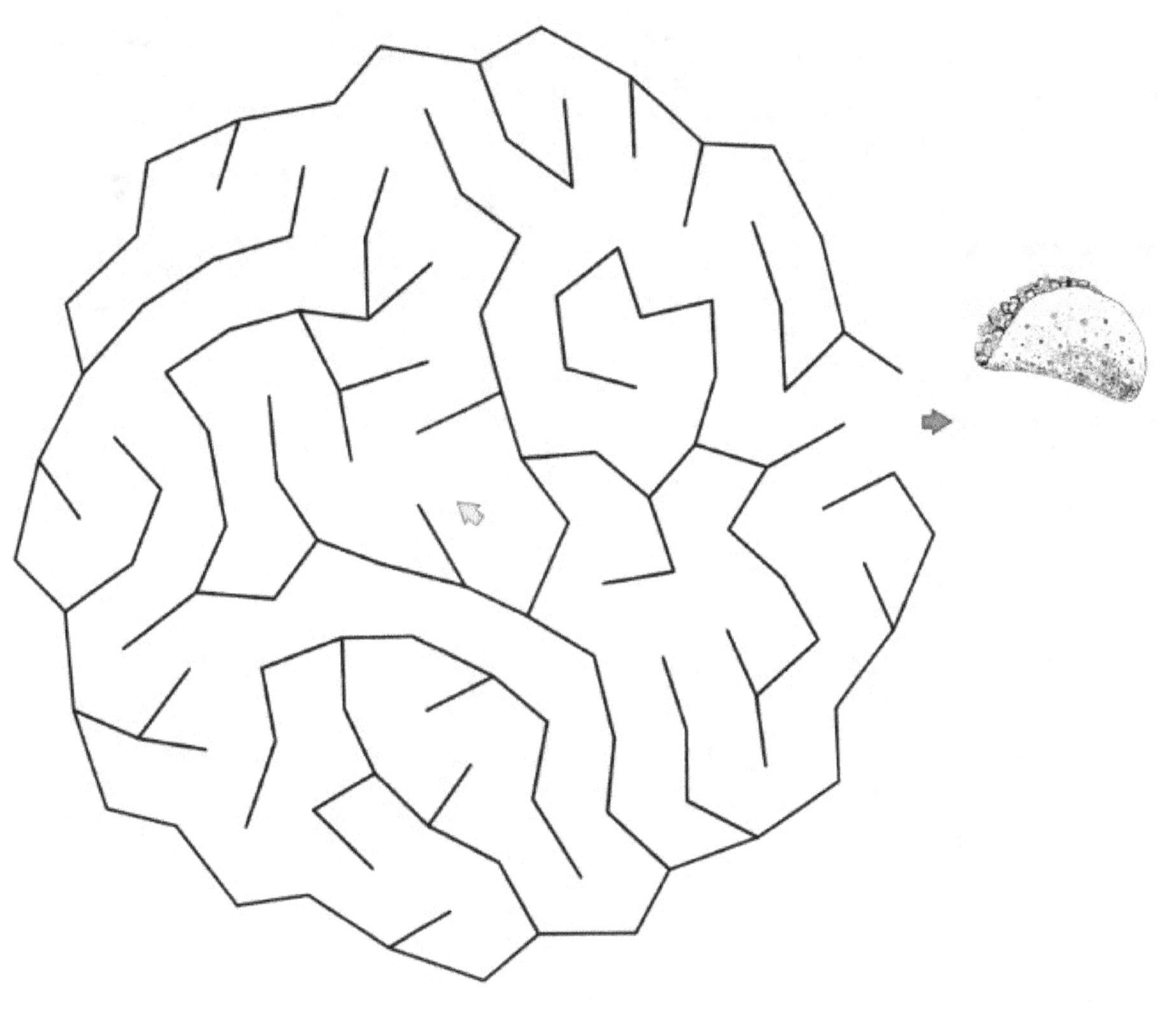

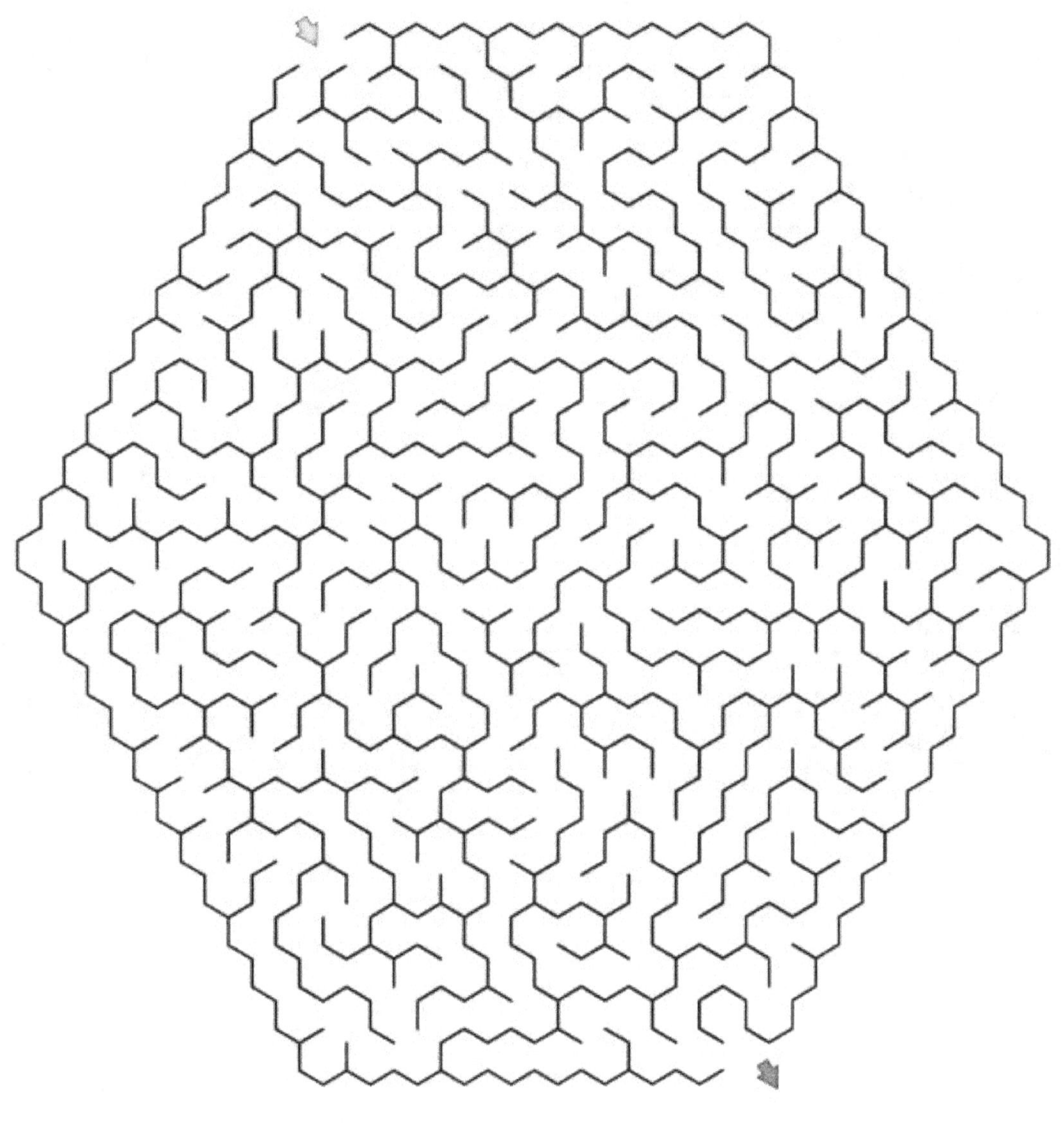

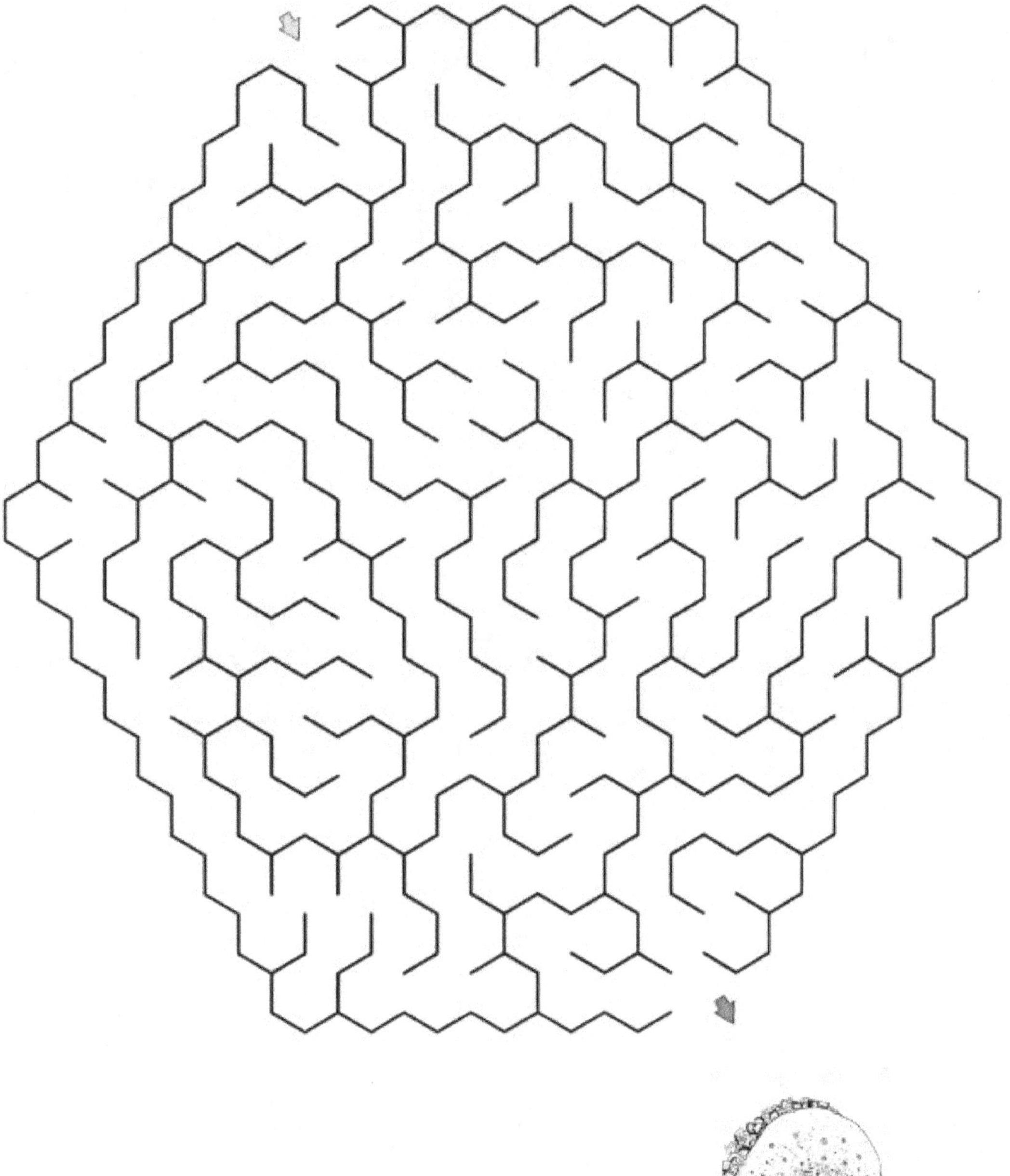

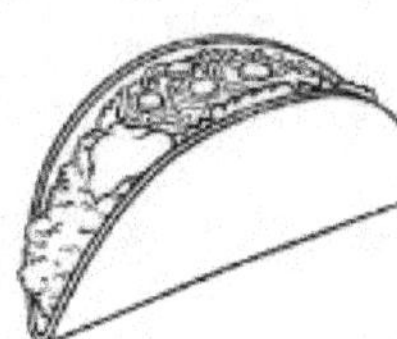

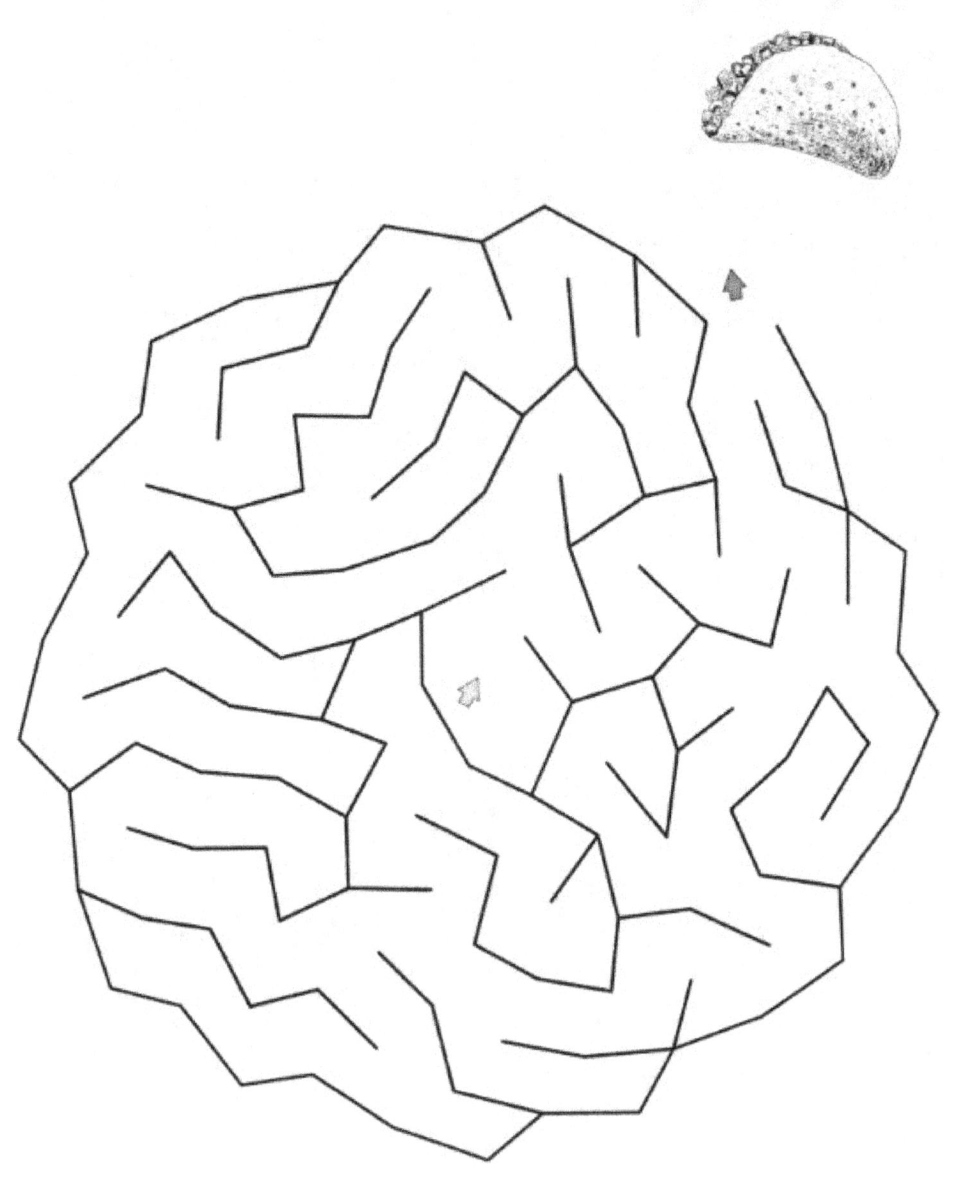

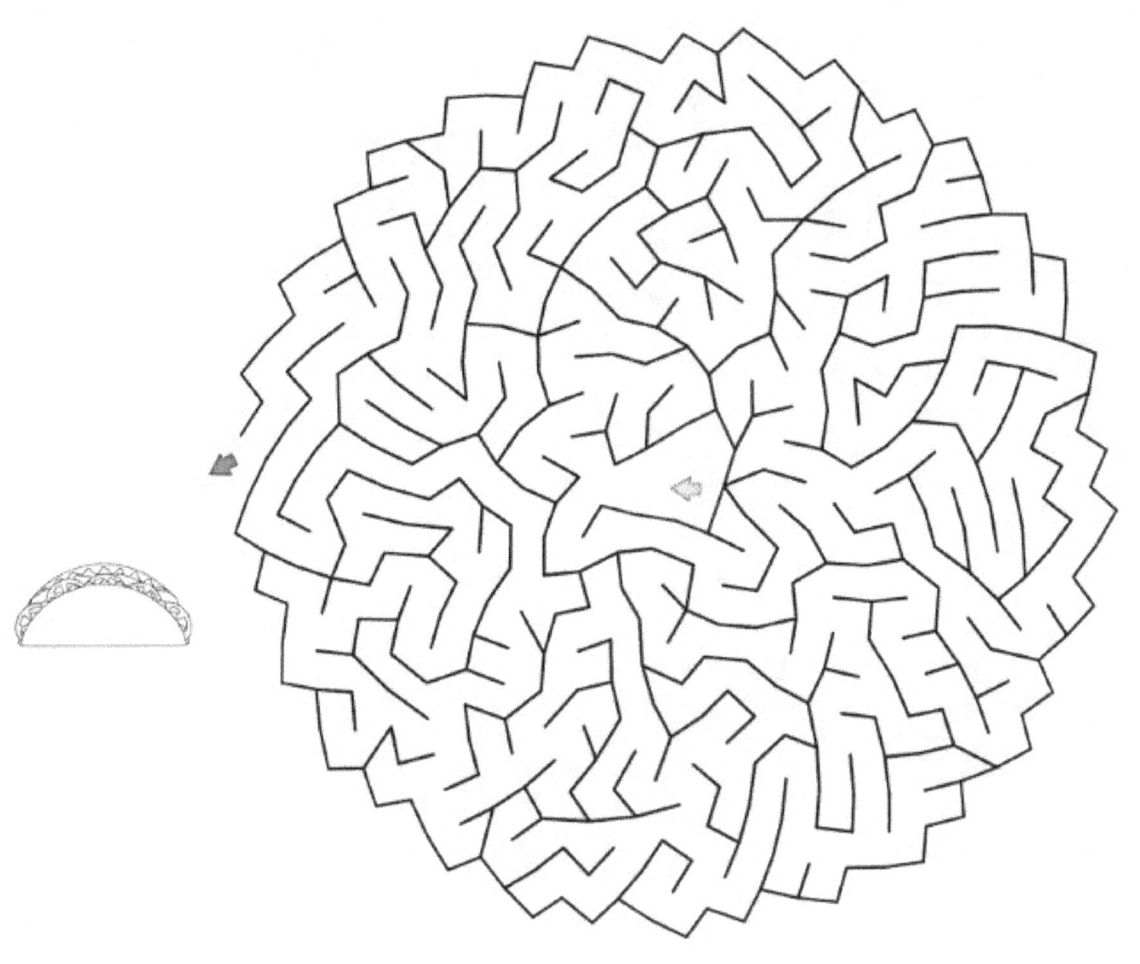

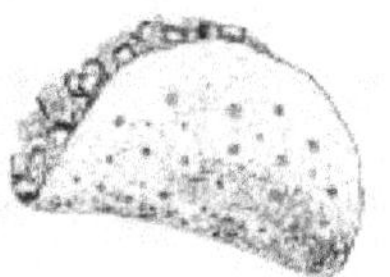

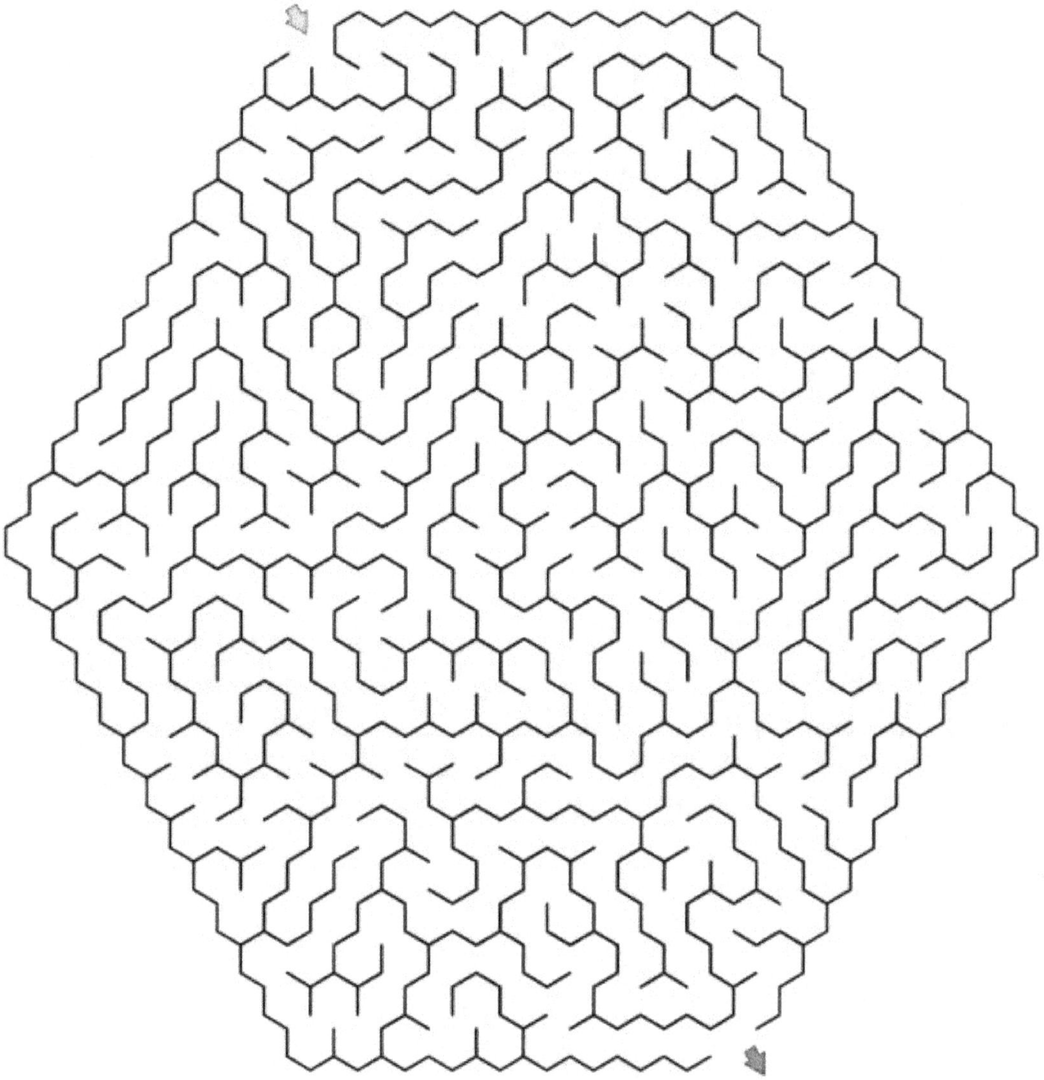